નામશેષ

છે સાવ નજીકનો નાતો મારો ખુદા સાથે,
એક-બે આંસુ થકી બંદગી થઈ જાય છે

Published By

www.poetryworld.org

Naamshesh

Written by Jash Joshi

Published by: Poetry World Org

Publisher's Address: Haryana

Printed under PWO in India

Cover Image source: Pinterest

Edition: I (2024)

ISBN (Paperback): 9789392507434

Book Design by Poetry World

POETRY WORLD ORG 2024

નામશેષ

છે સાવ નજીકનો નાતો મારો ખુદા સાથે,
એક-બે આંસુ થકી બંદગી થઈ જાય છે

જશ જોશી

જશ જોશી, આમ તો કલાનો જીવ.

જન્મ જામનગરમાં અને હાલ રાજકોટમાં સ્થાયી.

પેલું કહેવાય ને કે મોરનાં ઈંડા ચીતરવા ન પડે એમ જન્મ એવા પરિવારમાં થયો જે પેઢી દર પેઢી સંગીત અને સાહિત્યથી સતત ઘેરાયેલો રહ્યો છે.

ભણવામાં સામાન્ય પરંતુ નાનપણથી જ સર્જનાત્મકતા અને કલા પ્રત્યેની અદમ્ય કોઠાસૂઝ.

સંગીત તથા ચિત્રકલા તરફ પહેલેથી જ ઝૂકાવ રહેલો.

આંકડાઓની આંટીઘૂંટી વચ્ચે રહીને પણ શબ્દોમાં રુચિ રાખનાર

અનોખા કવિ.

ભારતીય શાસ્ત્રીય સંગીતના તાલીમાર્થી તથા ગિટાર

વાધ્યના જાણકાર.

ગુજરાતી ઉપરાંત ઉર્દૂ ભાષામાં પણ ઘણીખરી રચનાઓ લખેલી છે

જે હાલમાં પણ ચાલુ છે.

ગુજરાતી અને ઉર્દૂ ભાષાનો આ સમન્વય ઘણાં વર્ષો જૂનો છે.

આ જ સમન્વય એક કવિને વિશિષ્ટતા પ્રદાન કરતો હોય છે.

અર્પણ

એ બધા લોકોને અર્પણ જે લોકોને ક્યારેક પ્રેમ થયેલ છે.

પ્રેમનું સફળ થવું જરૂરી નથી,

પ્રેમ થવો એ જ બહુ મોટી ઘટના છે.

૧)

મારે મન તો તું જ વિરામ ને તું જ સતત છે,
તું જાણે મારી કોઈ જૂની પુરાણી બચત છે

હરખની વેળા જ હોય છે બહુ મોંઘા મૂલી,
અહીંયા દર્દો તો જિંદગીમાં સાવ મફત છે

જેવી મૂકવા જાઉં હું એવી આવે છે પાછી,
આ તારી આદત પણ જોને કેવી નફટ છે

કેળવ તુંયે તારામાં થોડી ઘણી નિખાલસતા,
ઓચ્છવ સમા સંબંધને તારી તાતી ખપત છે

રોજ સ્વપ્નાઓ સાથે બેસી સોદા પાડું છું,
જિંદગી પણ મારે મન જાણે કોઈ રમત છે

તારી બધી વાતોમાં હા એ હા કરું છું હું,
તારું મારી તરફનું વલણ કેમ સખત છે?

૨)

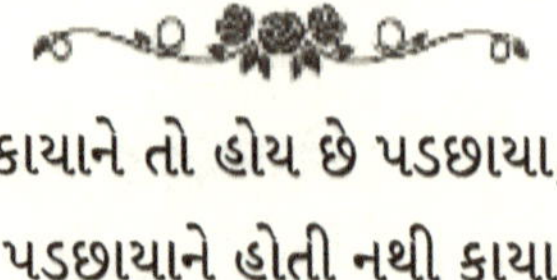

કાયાને તો હોય છે પડછાયા,
પડછાયાને હોતી નથી કાયા

હૂંફ છે તારી હયાત મારામાં,
હવે કઈ રીતે છૂટે તારી માયા?

તારા નયણાંના કામણ જાણે,
સોહામણી વસંતના જાયા

તારી આગવી અદાના કાયલ,
અમે સાવ ભીતરથી ઘવાયા

જડી નહીં મને તો જાત મારી
ગોતું હવે તારી કાયાની છાંયા

મારી સાથોસાથ મારા હૈયાના,
ધબકાર પણ છે તારા હેવાયા

૩)

તું સમજે તો એક વાત કહું,
ખોવાઈ છે મારી જાત કહું

તું આવ ને સાવ નિરાંત લઈને,
સંઘરી છે કેટકેટલી રાત કહું

થાય છે કેમ પ્રેમ એવું પૂછે તું,
તો એક નહીં રીતો સાત કહું

થઇ ગયા છે સૌ સારા વાના,
પરંતુ કેવી ગઈ છે ઘાત કહું

જીતવું જરૂરી હતું જ ક્યાં,
બહુ મીઠી લાગી માત કહું

એક તારી હા ની લાયમાં,
કેવી નોંતરી આખી નાત કહું

૪)

આ વાત કોઇએ કહેલી નથ,
કે જાત ભૂલવી સહેલી નથ

કૈંક ઉપાધિ આવી ને ગઇ,
મારા માટે આ પહેલી નથ

દિવસો કોરા કાગળિયા ને,
રાત રઢિયાળી રહેલી નથ

જીવતા જ મોડું શીખ્યો હું,
મરણની વેળા વહેલી નથ

પ)

અપેક્ષાઓ જ મોકાણ કરે છે,
દરેક સંબંધમાં ભંગાણ કરે છે

બસ એક ગેરસમજ જિંદગીને,
જીવતેજીવત જ મસાણ કરે છે

સ્વપ્નાઓ મથે છે ખાલી ખોટાં,
મેળવણ નથી ને સમાણ કરે છે

એની આંખોમાં જોઉં તો ખબર,
એ નિંદા કરે છે કે વખાણ કરે છે

૬)

હોય મિજાજ ઠીક તો અમે હાત હોનાના,
બગડે જો એ કદી તો અમે માન ખોવાના

સમય મળે તને તો મારું ચરીત્ર ચાખજે,
દરેકે દરેક રસ એમાં હાજર હોવાના

હડધૂત કરી બસ મન દુભાવતા રહ્યા તમે,
ગંગામાં તો ધોવાશે ડિલ મન ક્યાં ધોવાના?

લાગણીઓ મારી વ્યર્થ જઈ રહી છે બધી,
પણ શું છે મારી વ્યથા એ તમે ક્યાં જોવાના

આજે પાસે છું તો રહે છે સાવ નિશ્ફિકર,
આવી ગયો બુલાવો તો તમે બહુ રોવાના

૭)

ખોયા પછી મને તું યાદ કરે એ સારું લાગે?
મારા ન હોવાની ફરિયાદ કરે એ સારું લાગે?

મારી બધી દુઆ તને આબાદ કરવાની હોય,
ને તું મને સાવ બરબાદ કરે એ સારું લાગે?

હોય એવું કોઈ કારણ તો કર ઝગડો બેફામ,
આ વાતે વાતે વિખવાદ કર એ સારું લાગે?

છું હયાત આજે તો રહે છે નારાજ મારાથી,
પછી ખાલીપા સાથે સંવાદ કર એ સારું લાગે?

૮)

તારી આંખોમાં મને ઘેઘૂર એક રાત મળી છે,
ખોવાયેલી તારામાં ક્યાંક મને જાત મળી છે

છો કાઢી હોય તે હસવામાં મારી બધી વાત,
હકીકતે છો તુંયે ઇચ્છુક એવી વાત મળી છે

મળે બે વ્યક્તિ દિલથી એથી વિશેષ શું હોય,
એકમેકને જીતીને જાણે મીઠી માત મળી છે

દેખીતું છે કે આયના સમાન છે તું મારા માટે,
તારા તરફથી જ તો એવી કબૂલાત મળી છે

હકદાર જેનો હું ક્યારેય હતો જ નહીં એવી,
તારી કનેથી અનેક મને તો ખિદમાત મળી છે

૯)

સાવ હમણાંની વાત લાગે છે,
કોઈ શમણાંની વાત લાગે છે

તારી સાથે વિતાવેલી પળો,
મને ઝાકળની જાત લાગે છે

એમ તારાથી અવાયું ન હોય,
નક્કી જગતનો તાત લાગે છે

તને જોઇને વિચાર આવ્યો કે,
માણસાઈ હજુ હયાત લાગે છે

તને ભૂલવી અશક્ય છે જરા,
જો ને કેટલો આઘાત લાગે છે

અસ્તિત્વ જાણે શણગારી દીધું,
હવે કેવી મારી વિસાત લાગે છે

૧૦)

ચારી દોસ્તીને મહોબ્બત થવા દીધી,
વિધિસર એ વાતને પછી હવા દીધી

રહે સાવ હાથવેંત છેટી એ મારાથી,
એટલે દૂર એને છૂટથી રમવા દીધી

ખભા પર ધીમેથી ઢાળ્યું એણે માથું,
પછી એને મારામાં આથમવા દીધી

સ્પર્શનાં તણખાંથી લાગેલી આગને,
એક હળવા ઉન્માદથી શમવા દીધી

બસ એ હાલચાલ પૂછશે એ સારું,
દર વખતે મેં હાલત કથડવા દીધી

૧૧)

ન રહી નિસ્બત તો શું તને યાદ કરું,
સાવ આમ જિંદગી ન બરબાદ કરું

પડખે હોવા છતાં કરી અવગણના,
એવામાં શું પછી તને હું સાદ કરું

કોઈ અણઘડને ખુદા માનવા કરતાં,
બહેતર છે જાતને જ આબાદ કરું

હતાં ઘણાં લોકો પડિયા કાણાં જેવા
એના ન હોવાની હવે શું ફરિયાદ કરું

જાત સોંપવાની ઝંખના તો બહુ છે,
મળે જો પાત્ર એવું તો વરસાદ કરું

૧૨)

આપણા વચ્ચેનો સંપર્ક ખડી જવાનો,
એટલે તને હું આંખોથી અડી જવાનો

હાશકારો તો હશે બસ પળવાર માટે,
પરંતુ પછી સાવ સોંપો પડી જવાનો

અમારી આટ આટલી દુવાઓ સામે,
તમને એકાદ નિસાસો નડી જવાનો

જિંદગીના હો દેકારા માં પછી ક્યાંક,
અંતરમનનો અવાજ ભળી જવાનો

કોઈ વાતે જે ઉકેલાયો જ નહીં એવા,
સંબંધનો તાગ જુદાઈમાં મળી જવાનો

જીવાશે કેમ હવે કોઈ નિસબત વગર,
નક્કી જાતનો સથવારો જડી જવાનો

૧૩)

મારા દુઃખમાં દુઃખી થતું એ કોણ હતું?
મને ખોવાથી ડરી જતું એ કોણ હતું?

જિંદગીના સારા ને માઠા એમ બંનેમા,
દેખાયું જે ઓછુંવત્તું એ કોણ હતું?

હતો જો જિંદગીભરનો સાથ તો પછી
હમણાં હમણાં જે ગયું એ કોણ હતું?

મને નખશીખ જાણવાની લાયમાં આ
જે સાવ અજાણ્યું થયું એ કોણ હતું?

જતાં જતાં ખુશ રહેવાની દુવા આપી
એકલતા વળગાડી ગયું એ કોણ હતું?

૧૪)

જ્યારથી આતમનો સાક્ષાત્કાર થયો છે,
આ સંબંધમાં ત્યારથી ચમત્કાર થયો છે

દાવ પર લાગી સઘળી શાખ ત્યારે જઈને,
મારો આટલાં બધો આદર સત્કાર થયો છે

તરછોડ્યો નબળો સમય જાણીને જેમણે,
એમનો જ જાકારો હવે આવકાર થયો છે

બેઠો હતો સાધીને મૌન જે અત્યાર સુધી,
એવો દરેક શ્વાસ જાણે ચિત્કાર થયો છે

કેટકેટલા જતન કર્યા જેને ચણવામાં મેં,
એ સંબંધનો શીશ મહેલ ભેંકાર થયો છે

રહેતો હતો અમથો અમથો રાજી હું તો,
એક હાદસાને લીધે આ સૂનકાર થયો છે

૧૫)

સાવ ન આવવા જેવું આવ્યા તમે,
સાથે નકરું એકાંત જ લાવ્યા તમે

લાગણીઓથી હુતુતુતુ રમતારમતા,
નીજ સ્વાર્થમાં સંબંધ વટાવ્યા તમે

હૈયામાં જગા ન હોય એ સમજાય,
પણ આંખોમાં ય ક્યાં વસાવ્યા તમે

મન જ કોણ જાણે કેમ માન્યું નહી,
મતિ એ તો કહેલું કે ન ફાવ્યા તમે

પ્રેમની પરિભાષાની ક્યાં માંડો છો,
સહેજ વ્હાલ માટે ય હંફાવ્યા તમે

ભૂલોને અક્ષમ્ય અપરાધ ગણાવી,
અત્યાર સુધી કેટલાં સતાવ્યા તમે

એકમેકની લાજ રહે એ સારું બાકી,
ખરાં મનથી ક્યાં પાછા આવ્યા તમે

છાજતા ગયા ખામીઓને તમારી,
ને અમને જ ભૂંડામાં ખપાવ્યા તમે

અમે ભલે કાંઈ ન મેળવ્યું પરંતુ,
સંબંધના શ્વાસોચ્છવાસ ગુમાવ્યા તમે

૧૬)

તારે મન ખામી એ મારે મન ખૂબી હતી તને ખબર?
જિંદગી તારી ઓથે જ તો ઊભી હતી તને ખબર?

તારી ગેરહાજરીમાં તારી યાદો મારા સ્મૃતિપટ પર,
પગ ઉપર પગ ચડાવી ટેસથી સૂતી હતી તને ખબર?

એ વાત અલગ છે કે એકરાર બહુ વાર પછી કર્યો,
બાકી આ વાત વખતો વખત જૂની હતી તને ખબર?

મારી કને ફક્ત ને ફક્ત તું હતી ને તારી કને હું પણ હતો,
આ હકીકત માં ખાસ યાદ કરીને ભૂલી હતી તને ખબર?

ભીની થઈ એટલી કે પછી આપોઆપ સૂકાઈ ગઈ,
વગર આંસુઓની આંખને માં લૂછી હતી તને ખબર?

માન્યું કે પ્રેમ આપવો એ તારાં ગજાની વાત નહોતી,
પણ તું તો સાવ માણસાઈ ચૂકી હતી તને ખબર?

૧૭)

જૂનું પુરાણું જાણે કોઈ વેર વાળ્યું તે,
તારા વિના મને જીવતા શિખવાડ્યું તે

આ સંબંધને ક્યાં એકેય મથાળું હતું,
મને દુશ્મન કહી કંઈક નામ પાડ્યું તે

બધું મારી નજર સામે છતું થયું તોયે,
છેક સુધી તારું જ સિંદૂર તાણ્યું તે

તારા હૂંફાળા શ્વાસો તો છે નહીં હવે,
કબાટમાંથી જૂનું સ્વેટર કઢાવડાવ્યું તે

એક વ્યક્તિ આખેઆખું ભૂંસવાનું છે,
જતાં જતાં સારું થયું યાદ અપાવ્યું તે

૧૮)

ઘાવ સાથેનો મારો નાતો વખતોવખત જૂનો છે,
માલૂમ પડે છે કોઈની દિલ દગડાઇનો નમૂનો છે

સચવાઈ રહેતા'તા જેની અંદર કૈંક સંબંધો એવું,
હૈયું મારું હવે ખાલીપાથી ભરેલો ઊંડો ધૂનો છે

કોઈ અજાણી ગેરહાજરી ફરતે વીંટળાઈ ગઈ,
બસ ત્યારથી પછી મારો સંસાર સાવ સૂનો છે

એક તો રહી રણની રેતી શી ફિતરત અમારી ને,
એમાં પાછો જગતનાં તાતનો મિજાજ ઊનો છે

૧૯)

ઇનકાર ને ઇકરાર માની બેઠો,
હું તને કેવી દિલદાર માની બેઠો

નાહવા નીચોવવાનો ય સંબંધ નહીં,
છતાં દિલનો ધબકાર માની બેઠો

કર્યું જે કંઈ એ નીજ સ્વાર્થ માટે,
ને હું એને તારો ઉપકાર માની બેઠો

તારા મુજબ હતી જે સાહજિકતા,
એને હું પ્રેમના અણસાર માની બેઠો

તને ભૂલવાનું જ ભૂલી ગયો સાવ,
જો ને કેટલી યાદગાર માની બેઠો

લેણાદેણી હતી જે કંઈ એ પૂરી થઇ,
મારી ભૂલ કે તને સંસાર માની બેઠો

૨૦)

લાગણીઓ કે.બી. ને એમ.બી. માં મોકલાય છે,
સંબંધો તો આજકાલ મોબાઈલમાં સચવાય છે

રૂબરૂ મળીને હૈયું ઠારવાની વાત હવે થઈ જૂની,
એક મેસેજથી વાત પતે તો ફોન ય ક્યાં થાય છે

કોન્ટેક્ટમાંથી કાઢી નાંખવાનું તો સમજ્યા પરંતુ,
હૈયામાં વસતા લોકોને કઈ રીતે ડિલીટ કરાય છે

એકબીજાની હૂંફથી દૂર થયાનો વસવસો નથી,
હવે એક પછી એક ફોરવર્ડેડ મેસેજ ઠલવાય છે

ક્ષણિક આનંદની લાયમાં કેટકેટલું જતું કરે છે,
ને સહજતા ખૂણામાં પડી પડી રોજ કરમાય છે

૨૧)

હવે આંખો ઘેરાય એટલી વાર,
શમણાંઓ વેરાય એટલી વાર

તારા બદનની મારા બદન પર,
કેફિયત ખંખેરાય એટલી વાર

તને જિતવામાં ખાધેલી માતનો,
કોઈ પરચમ લહેરાય એટલી વાર

તારા વલણના લીધે મારી હસ્તી,
હાંસિયામાં ધકેલાય એટલી વાર

લાગે છે હવે બસ ગમે તે ઘડીએ,
માયા બધી સંકેલાય એટલી વાર

આંટીઘૂંટી જેવી જિંદગીનો હવે,
અંતે ભેદ ઉકેલાય એટલી વાર

૨૨)

એક શ્વાસે તને પી ગયો હું,
ખુદા જાણીને નમી ગયો હું

મારી ખામીઓ આવકારી તે,
નક્કી હવે તને ગમી ગયો હું

ધીરજના ફળ મીઠા જ હોય,
એમ સમજીને ખમી ગયો હું

તને લાગણીઓથી ધગાવીને,
કોણ જાણે કેમ શમી ગયો હું

તારા આયખાને અજવાળવા,
એકસામટો આથમી ગયો હું

૨૩)

તને ખોવાના વિચાર માત્ર થી ડરી જાઉં છું,
જીવતેજીવત જ જાણે કે હું મરી જાઉં છું

સાથે વિતાવેલી વસંત વાગોળતા વાગોળતા,
સૂકાઈને કોઈ પાન માફક હું ખરી જાઉં છું

તારા ધોમધખતા તડકા જેવા ગુસ્સા સામે,
છાનોમાનો ઠીકરું થઈને હું ઠરી જાઉં છું

છે નહીં બીજું કશું તને આપવા મારી કને તે,
પાલવ તારો લાગણીઓથી હું ભરી જાઉં છું

તું તમતારે જાત બીજાને સોંપી શકે છે પરંતુ,
મારી જિંદગી તો તારા નામે હું કરી જાઉં છું

૨૪)

પ્રેમ નહીં તો પ્રેમનો કોઈ વાયદો કરી દે,
તારી સાથોસાથ મારો ય ફાયદો કરી દે

ન રાખ એટલો પડખે કે અબખે પડું હું,
એમ કર કે મને થોડો અલાયદો કરી દે

ગમે તે થાય હવે કદીયે નોખાં ન પડીએ,
તારી રીતે તું એવો કોઈ કાયદો કરી દે

રાખું હળવેથી હું ખોળામાં તારા માથું,
ને તું ઘટાટોપ ઝુલ્ફો નો છાંયડો કરી દે

સામે બેસીને મને એકીટશે જોયા કર,
જાતને તું તારી એકાદ આયનો કરી દે

२५)

એનાંથી કોલ અપાતાં તો અપાઈ ગયા,
પણ પછી ઈરાદાઓ એનાં મપાઈ ગયા

મારી ભલમનસાઈની સામે એણે કરેલી,
ઉદ્ધતાઈના થાપા હૈયે કેવા છપાઈ ગયા

એની જેમ એની હૂંફ ય નીકળી તકલાદી,
એ જોઈને જ અરમાન મારા લપાઈ ગયા

બધો દોષનો ટોપલો મારા પર ઢોળવાના,
કાવતરા એનાં રંગેહાથ ઝડપાઈ ગયા

રોજેરોજ પછી થાબડભાણા કરવામાં,
કેટકેટલા અભરખા સાવ ધરબાઈ ગયા

૨૬)

સંજોગ નથી મળતા જેની સાથે મન મળે છે,
ધારીએ એવું ક્યાં કદી કોઈને જીવન મળે છે

સહેલું નથી ચોતરફ અજવાસ પાથરતા રહેવું,
એમનેમ થોડું આગિયાને આખુંયે વન મળે છે

જેવો જાતથી હું વિખૂટો પડું કે પછી તરત જ,
હૈયામાં અણજાણી યાદોની અંજુમન મળે છે

મરણ પછીની ઘડી કેવી છે હું જાણતો નથી,
અહીંયા તો રોજ જીવતેજીવત કફન મળે છે

માવજત કરી સતત કોઈ સ્વાર્થ વગર પરંતુ,
બદલામાં મને ક્યાં કોઈ જાતનું જતન મળે છે

૨૭)

લાગણીઓને કેટલી હાડમારી થઈ ગઈ,
સંબંધમાં જ્યારથી છટકબારી થઈ ગઈ

મારી સાથોસાથ એનાં પણ દ:ખ સંઘરીને,
અંતરાત્મા મારી સાવ સરકારી થઈ ગઈ

ભૂલ એટલી જ કે એના પર મદાર રાખ્યો,
જિંદગી એક ઝાટકે કેવી નોધારી થઈ ગઈ

છો સંકેલી લીધી હોય તે માયાજાળ પરંતુ,
મનમાં તારા કરતૂતોની અલમારી થઈ ગઈ

તારી યાદો સુદ્ધાં રહેશે બાકાત મારા માટે,
હૈયાના પ્રાંગણમાં હવે સંજવારી થઈ ગઈ

૨૮)

હૈયે પ્રણયની એક ખાંભી ખોળી મેં,
તારામાં પછી મારી જાત ઈંફોળી મેં

તારી પ્રતિક્ષા ના મધમીઠાં જળમાં,
કૈંક અધુરી ઇચ્છાઓને ઝબોળી મેં

કેટકેટલી કપછટ બાદ મળીને તને,
વિરહની દરેકેદરેક પળ તરછોડી મેં

આ નાતાને આખરી ઓપ આપવા,
આપણા વચ્ચેની મરજાદા તોડી મેં

જાતનો ઘૂંટેલો કક્કો સાવ ભૂલ્યો,
ત્યારે જઈ તારી સાથે પ્રીત જોડી મેં

૨૯)

સમય સાથે જાણે કોઈ સાંઠગાંઠ લાગે છે,
તારી સોબતમાં મારો કેવો ઠાઠમાઠ લાગે છે

કલ્પના થઈ શકતી હોત તો કરી પણ લેત,
દેખીતું છે તારા વિના બધું આટકાટ લાગે છે

મનાવવાની ક્ષમતાને પડકારતા હોય એમ,
રિસામણા તારા ઘણીવાર મારફાડ લાગે છે

તને પામીને ખોવાની દોડમાં હું છું જ ક્યાં
એ વિચાર માત્ર મને તો કાળઝાળ લાગે છે

એટલી જાહોજલાલી છે કે વાત ના પૂછ,
તને મળવાની વિહ્વળતા ય રાજપાટ લાગે છે

હૈયાના હસ્તાક્ષર છે પૂરતાં મારા ખ્યાલથી,
પ્રણયને પાંગરવામાં ક્યાં જાત પાત લાગે છે

૩૦)

હજીયે હું તો તારી યાદોને વળગું છું,
સાચું કહું તો ઊભે ઊભો સળગું છું

કેટલો મથ્યો તારામાં જાતને જોવા,
બસ ત્યારથી આજ લગી ભટકું છું

મારી વાતમાં હોય છે ઉલ્લેખ તારો,
ને હું તારા મૌનમાં ક્યાંક ધબકું છું

તારા વખોડી કાઢવાની નથી અસર,
હવે હું મને પોતાને એટલો ખટકું છું

અંતરમાં પડી ગયા અંતર તે હવે,
હું તારી આસપાસ ય ક્યાં ફરકું છું

૩૧)

ખેર ખબર પૂછવાની પણ તસ્દી નથી,
એને મન જાણે મારી કોઈ હસ્તી નથી

હા માં હા ભાણવાને તો પ્રેમ કહેવાય,
એમાં કોઈપણ પ્રકારની પરસ્તી નથી

શ્વાસ અથડાતાં જેનાં અવારનવાર,
એની હયાતીની હવા ય ફરકતી નથી

મને કોરવાના પ્રયાસો તો બહુ થયા,
જાણ હોવા છતાં કે હૈયું તખ્તી નથી

અંદરખાને હજુયે ગુંગળાય છે ક્યાંક,
લાગણીઓ જે ક્યારેય ખર્ચી નથી

૩૨)

મારા ગુસ્સાને ગુસ્સો ગણે છે,
એ ક્યાં કદીયે આંખો ભણે છે

એની જિંદગીમાં રહ્યો હું એમ,
ગગન જેમ મેઘધનુષ જણે છે

ઢળતો ગયો એવો એની ઢબમાં,
જાણે એ મારું વ્યક્તિત્વ વણે છે

અગત્યની વાતે ચુપ્પી સાધે ને,
નાની અમથી વાતમાં ધણધણે છે

જાત ઘસી એના માટે ને એ તો,
મારી ઓળખ સુદ્ધાં અવગણે છે

એને શું માલૂમ ઇબાદતમાં કોઈ,
આજેય એનું નામ ગણગણે છે

અવાવરી પડેલ લાગણીઓ ય,
મનની માલીકોર મકાન ચણે છે

• • •

33)

પૂરબહારમાં ખીલેલી વસંત સાવ ખાલી ગઇ,
તું નહીં તારી સાથે આખી દુનિયા ચાલી ગઇ

કોણ જાણે કેવા શુકને વિખૂટા પડ્યાં તે પછી,
જીવનભર તારા વ્યક્તિત્વની ખોટ સાલી ગઇ

છૂટાં પડતી વખતે તારી આંખમાં આંસું નહીં,
વિરહની એ અભાગણી રાત સાવ ઠાલી ગઇ

એક અરસાથી કાગડોળે રાહ જોવાઇ જેની,
એ હરખની વેળા મારી જાણબહાર મ્હાલી ગઇ

સંભળાયા નહીં ક્યારેય તારા પગરવ મને તો,
તું કદાચ ઝાલીને હયાતી નો હાથ ચાલી ગઇ

૩૪)

ઘેરી પળોજણમાં એ સપડાઈ જશે,
સંબંધને નામ દેશું તો અભડાઈ જશે

અમુક લાગણીઓ સંઘરીશું નહિંતર,
પહેલી જ મુલાકાતમાં વપરાઈ જશે

પામવા ખોવાના હિસાબ રાખશું તો,
અભરખા કૈંક અંદર ધરબાઈ જશે

એમ કરશું કે તસવીરો નહીં લઈએ,
આમ પણ ચહેરા હૈયે છપાઈ જશે

મુસિબત આવ્યે આંખો વાંચી લઈશું,
શું છે તકલીફ એ સાફ વરતાઈ જશે

જાતને જેમ છે એમ જ કાં ન પીરસી?
નિખાલસતા ખોટેખોટી શરમાઈ જશે

પડખે રહેતા પણ જરા મોકળાશ રહે,
વધારે જતનથી એ ફૂલ કરમાઈ જશે

• • •

૩૫)

સમય જતાં કેવા સુજાણ બની ગયા,
હેવાયા લોકો જ અજાણ બની ગયા

સતત બીજાને પોષવામાં ખુદ પોતે,
નીણ વગરની કોઈ ગમાણ બની ગયા

વેદનાની સંવેદના જ ન રહી એટલે,
સહનશીલતાનું પ્રમાણ બની ગયા

હતી ક્ષમતા ઉપરવટ જવાની પરંતુ,
એવું કરવા કરતાં સમાણ બની ગયા

દરેકને સુખનો સાડલો ઓઢાડવામાં,
જાત માટે જ એક મોકાણ બની ગયા

લીલીછમ લાગણીઓ જેવા અમે,
કોણ જાણે કેમ વેરાણ બની ગયા

૩૬)

તને સાવ અડ્યા વગર અડી ગયો હું,
પછી જાતના જ પ્રેમમાં પડી ગયો હું

સ્વભાવે શાંતિપ્રિય હોવા છતાં બસ,
તારે ખાતર જગ સાથે લડી ગયો હું

તારા હિબકાને હળવેકથી થાબડવા,
મૂકી નેવે બધું તારી પાસે રડી ગયો હું

છૂટે નહીં તું મારાથી કદી એ સારું,
તને બાહોમાં મારી જકડી ગયો હું

જે રહ્યા કદીયે તારા માટે નડતરરૂપ,
એ બધાને વારાફરતી નડી ગયો હું

૩૭)

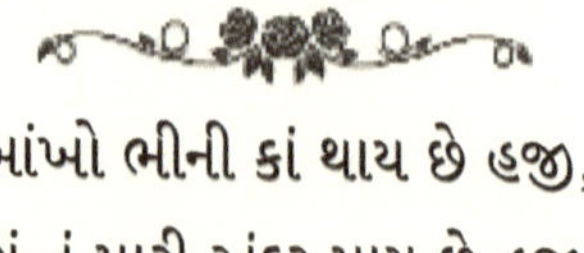

આંખો ભીની કાં થાય છે હજી,
શું તું મારી અંદર માય છે હજી

રોજ એક ચિત્કાર ઊઠે મનમાં,
ને પસ્તાવો કોરી ખાય છે હજી

વલખાં મારે છે લાગણીઓ ને,
વાત હદ બહાર જાય છે હજી

ધોમધખતી જિંદગીમાં મારા પર,
તારી યાદોની ઠંડી છાંય છે હજી

સખતી થી સાત સમજાવ્યું પણ,
હૈયું તો તારું ગાણું ગાય છે હજી

મારી ભેંકાર ભ્રમણાઓ પર તારા,
પરગણા નો પવન વાય છે હજી

૩૮)

શું લખું એવું કે જેમાં તને સમાવી શકું,
શબ્દો થકી હું મારું મસ્તક ઝૂકાવી શકું

શિસ્તબદ્ધ રીતે હારબંધ ઊભી રાખી,
મારી તમામ લાગણીઓને નમાવી શકું

અરે એક વાર શું લાખ વાર કબૂલ છે,
તને જીતતી જોવા પોતાને હરાવી શકું

હોય તારી ઝુલ્ફો નો ટાઢો છાંયડો માથે,
ને ખોળામાં તારા આરામ ફરમાવી શકું

અવાજની કૈફીયતથી તો વાકેફ છું પરંતુ,
હવે તારા મૌનમાં પણ રસ ધરાવી શકું

૩૯)

જાણતા અજાણતા કેવા ખૂબ થઈ ગયા,
એકબીજાના પ્રેમમાં ગળાડૂબ થઈ ગયા

અલગ અલગ આયખું ધરાવતા આપણે,
સમય વીતતાં સાવ એકજૂથ થઈ ગયા

વાતો ખૂટી પડી હતી એવું જરાય નહોતું,
એકબીજાનું મૌન માણવા ચૂપ થઈ ગયા

આંખોએ આંખોને પીવડાવ્યું એવું કંઈક,
હું ને તું એકમેકના નશામાં ધૂત થઈ ગયા

હશે આપણા વચ્ચે કોઈ જૂની લેણાદેણી,
આખી જિંદગી માટે અભિભૂત થઈ ગયા

૪૦)

ચહેરો મારો એ આંખોમાં ના લાવી શકી,
સામે હતી છતાં બાહોમાં ના આવી શકી

મારી સાથે એનાં ગાઢ સંબંધ હોવા છતાં,
ફૂણી લાગણીઓને ક્યાંય ના વાવી શકી

નજર ઠરે એટલી મારી નજીક હતી પરંતુ,
મારા હાથમાં હાથ પરોવીને ના ફાવી શકી

હૈયે હતું જે કંઈ પણ હોઠે ચડ્યું જ નહીં,
હાલ પૂછવામાં એ વ્હાલ ના બતાવી શકી

સવાલ એકમેકની આબરુનો હતો બાકી,
એવું તે શું હોય કે ભેટીને ના વળાવી શકી

• • •
49

૪૧)

એ રાતમાં સાવ નિરાંત હશે,
આપણાં બે પૂરતી વાત હશે

હારવા જ બેઠા હશું ખુદને,
કેવી મધમીઠી એ માત હશે

પળવારમાં હશે સાવ ગાયબ,
એ રાત ઝાકળની જાત હશે

એકલું બદન જ નહીં હોય,
આતમની સોડમ સાથ હશે

નકરું જોયા કરશું એકીટશે,
ખુદા મળે એવી આશ હશે

પહેલા ન મળ્યાનો રંજ નહીં,
બસ મળી ગયાની હાશ હશે

૪૨)

કીધેલું બધું ખરેખર કરી જઈશ જોઈ લેજે,
મુસિબતે તારો પડછાયો થઈશ જોઈ લેજે

ધારે તો પણ ક્યાં છોડી શકવાની કદીયે તું,
હું ચાહવાના કારણ સો દઈશ જોઈ લેજે

સફળતામાં સથવારો તો હર કોઈ આપશે,
નબળા સમયે પડખે હું હોઈશ જોઈ લેજે

જાત જેટલો ભરોસો રાખજે તું મારા પર,
બાકી તો બધી રીતે લડી લઈશ જોઈ લેજે

હસતા મોઢે રાહ તો તારી જોવાઈ જશે,
પણ મળીને તને બેફામ રોઈશ જોઈ લેજે

૪૩)

જરાક લાગણીસભર બનવું છે,
મને તો બસ તારું ઘર બનવું છે

ઘડીભર સુધીનો છાંયડો નહીં,
એક આશરો સદંતર બનવું છે

પ્રેમ સાથે પકતાણ આપી શકું,
બસ એટલું પગભર બનવું છે

તારી સામે રહીશ નરમ નાજુક,
જગ સામે જ નક્કર બનવું છે

ફક્ત એક તારી ખબર હોય ને,
તો બધાંથી બેખબર બનવું છે

૪૪)

પ્રેમ કરવા સારું પૂરતો લાગ હોવો જોઈએ,
તારી વેદનામાં ય મારો ભાગ હોવો જોઈએ

મતભેદ થાય તો ઠીક પણ મનભેદ ન થાય,
આપણો બસ એક જ રાગ હોવો જોઈએ

એવું કંઈક થાય કે મન પડે ત્યારે મળી શકું,
વસમા વિયોગનો પણ તાગ હોવો જોઈએ

ફૂલ જ્યાં ફક્ત કૂણી લાગણીઓના ઊગે,
હૈયામાં એવો એકાદ બાગ હોવો જોઈએ

બસ સંતુલન જળવાઈ રહે એ જ હેતુથી,
મોહની સાથે થોડોક ત્યાગ હોવો જોઈએ

૪૫)

તું મારી હરતી ફરતી મગરૂરી છો,
ખબર છે? હદ બહાર જરૂરી છો

તારી સોબતમાં કેવો ઊજળો છું,
તું જાણે મારી હયાતીની ધુરી છો

નમણાશમાં છો છૂપાવી નીડરતા,
જાણું છું હું હવે તું કેવી સૂરી છો

કેટકેટલી મહેક છે આ જિંદગીમાં,
એ બધાંય માં એક તું કસ્તૂરી છો

જાત સિવાય બીજી જાત જાણે,
એ ય અડધીપડધી નૈ પૂરેપૂરી છો

૪૬)

જોતો નથી શમણાં તારા જોવાઈ જાય છે,
ભટક્યા વગર જાત મારી ખોવાઈ જાય છે

જાત સોંપીને તને જાત્રા થતી હો એવું લાગે,
ભવોભવના પાપ જાણે કે ધોવાઈ જાય છે

એવી પળો ન દે ખુદા કે જેને સમજી ન શકું,
હરખની વેળામાં પણ પછી રોવાઈ જાય છે

આંખોમાં આવે છે ક્યાં દ્રશ્યો બીજા કોઈ,
જેવી બંધ કરું કે ચોતરફ તું છવાઈ જાય છે

મળીને હૈયું ઠારવા જેવી મજા નથી ક્યાંય,
તસવીરો થકી બસ ટાણું સચવાઈ જાય છે

૪૭)

તન સાથે મનની પણ લાજ રાખીશ,
જે હશે એ ફક્ત તારે કાજ રાખીશ

સારુ-માઠું કંઈ પણ બને જીવનમાં,
એક તને મળવાનો રિવાજ રાખીશ

ગઈ કે આવતી કાલ નથી પીરસવી,
તારી સમક્ષ હું મારી આજ રાખીશ

મૌનમાં સાવ મશગુલ હોઈશ છતાં,
વચ્ચે કશેક મનનો અવાજ રાખીશ

સોંપી દઈશ જાત હું આંખો મીંચીને,
તારા માથે ભરોસાનો તાજ રાખીશ

પ્રશ્ન હશે તો એ તારા તરફથી હશે,
હું તો બધી વાતમાં હા જ રાખીશ

૪૮)

હતા નસીબમાં એકબીજાના તે મળી ગયા,
બદનસીબીના જાણે પછી ઢીમ ઢળી ગયા

બરાબર જાણતા હતા એકમેકની પ્રકૃતિને,
સંબંધનાં શ્વાસ માટે કડવા વેણ ગળી ગયા

ધાર્યું નહોતું કે નીકળશે આટલી લેણાદેણી,
જાણતા અજાણતા જુઓ કેવા ફળી ગયા

કોણ શુકનિયાળ નીવડ્યું કોને ખબર પરંતુ,
જિંદગીના લગભગ દરેક વિઘ્નો ટળી ગયા

કૈંક આનાકાની થઈ પહેલા તો બંને તરફથી,
કોરેકોરા રહેવાની લાયમાં વધુ પલળી ગયા

૪૯)

માંરું કાબા પણ તું ને તું જ કાશી ધામ છે,
શ્વાસથી યે અવ્વલ દરજ્જે તારું નામ છે

શણગારી લે જાતને પગથી માથા સુધી તું,
પરંતુ મારે તો ફક્ત તારી આંખોનું કામ છે

મળી રહ્યા છે રોજ તારી સોબતના પરચા,
જાણતી હોવા છતાં કાં પૂછે કેમ આમ છે?

થયો જ નહીં બંધાણી કદીયે મયખાનાનો,
તારી આંખોથી ઉમદા વળી ક્યાં જામ છે

તને જોઈને સખત જોમ ચડે છે જીવવાનું,
તું જ તો છે તાકાત મારી ને તું જ હામ છે

૫૦)

લાવ તારા નામ સાથે મારું નામ જોડી દઉં,
પછી ગાલ પર તસતસતું ચુંબન ચોડી દઉં

ખાતરી જેવું કંઈ આપ મને તો ઠીક બાકી,
પ્રેમની આ દોલત સાવ એમનેમ થોડી દઉં

શ્વાસ કરતાં ય વધું મને ખપ પડે છે તારો,
જરૂરત છો આદત નથી કે બસ છોડી દઉં

જોઈતા'તા ને પુરાવાઓ તને મારા પ્રેમના,
તો લે તારા નામની કોઈ ખાંભી ખોડી દઉં

ચાંદ તારા હેઠે લાવવાનું ગજુ નથી પરંતુ,
તને રાજી રાખવા હું મારું દિલ તોડી દઉં

૫૧)

મારા ધબકારના સોગંદ ખાઈને કહું છું,
તારા સિવાય હું ક્યાં કોઈનામાં રહું છું

ઘડીએ ઘડીએ ચાહવાની હદ ના પુછ,
જાતની પણ પહેલા તારું ભલું ચહું છું

દુનિયાદારી વિશે ખાસ જાણતો નથી,
આંખો મીંચીને તું વહાવે એમ વહુ છું

જાણતા અજાણતા થાય છે મારાથી,
લાગણી તારી દુભાય તો હુંયે સહુ છું

સુખમાં તો હશે સાથીદાર બીજા પણ,
પરંતુ દુઃખમાં પડખે હું એકલો બહુ છું

૫૨)

જાત હારે સઘન યારી થઇ જાય,
શું કરું એવું કે તું મારી થઇ જાય

ખૂલે બસ પછી એ તારા જ માટે,
હૈયે એવી એકાદ બારી થઇ જાય

તું જ વિચારી જોને તારા વગર,
જિંદગી કેટલી અકારી થઇ જાય

હું તું ને વચમાં મબલખ હૂંફ હોય,
તબિયત એમ જ સારી થઇ જાય

ન મળે જો એક તારી સોબત તો,
આંખો આંસુથી ખારી થઇ જાય

તારા રૂપમાં જગતનાં દરેક સુખની,
આ ભવમાં મારે સવારી થઇ જાય

હેમખેમ છું તારી ઈબાદત થકી હું,
બાકી તો હાલત નોંધારી થઇ જાય

પ૩)

રહી રહીને બધુંય ભાગમાં આવ્યું છે,
જીવતા મને હમણાંથી થોડું ફાવ્યું છે

પસંદગી કરવાનો અવસર ક્યાં હતો,
જે કંઈ મળ્યું હસતાં મોઢે વધાવ્યું છે

કરું તને હું યાદ ને તું મારી સામે હોય,
ખુદા પાસે એવું કંઈક પાકું કરાવ્યું છે

હોય બસ તું હું ને મલકની વાતો એવું,
પાંપણની કોરે મેં એક સપનું વાવ્યું છે

સુખ પડખે લાવતું હશે બીજા બધાંને,
તને ને મને તો દુઃખ જ પાસે લાવ્યું છે

૫૪)

ન થાત કાંઈ જો આતમ આપીને,
રોકી લેત એને મારા સમ આપીને,

હતી એક સમયે જે મરહમ સમી,
છોડી ગઈ મને એ જખમ આપીને

જાણતો હતો કે રસ્તા ફંટાય જશે,
તોયે ચાલ્યો કદમ થી કદમ આપીને

નહીં હોઉં હું છતાં હયાતી બોલશે,
જાઉં છું સંબંધને મારા દમ આપીને

સોંપી ન શકી ફરી મારો હરખ મને,
હું ચાલ્યો ગયો એને માતમ આપીને

૫૫)

આ બંને આંખોમાં છપાઇ ગઇ તું,
હળવેકથી હૈયામાં લપાઇ ગઇ તું

કોઇ સોંપે એની અમાનત કોઇને,
એ રીતે પછી મને સોંપાઇ ગઇ તું

મોકલી તને જગતનાં તાતે અહીં,
ને બસ મારી પાસે રોકાઇ ગઇ તું

સંવાદની વચમાં અચાનક ચુંબન,
યાદ છે ને કેટલી શરમાઇ ગઇ તું

તારામાં ક્યાં જડી જ કોઇ રીતે,
મારામાં કૈંક એમ ખોવાઇ ગઇ તું

૫૬)

અધૂરું છે એ જ પૂરું કરાવવાનું છે,
લખેલું નથી આપણું લખાવવાનું છે

કાં રાખ્યા આજ સુધી જુદા અમને,
ખુદા તારે હજી કેટલું સતાવવાનું છે

આટલી આકરી થઈને ય ચેન નથી,
જિંદગી કેટલું જોમ બતાવવાનું છે

સિતારો બુલંદ રહે ત્યાં સુધી છે બધું,
બાકી ક્યાં કોઈ કોઈને વતાવવાનું છે

બેયનું સહિયારું જે એક સપનું છે ને,
એને ગમે તેમ આપણે બચાવવાનું છે

૫૭)

તારા પ્રેમનાં ઘૂંટડા પીધા મેં,
એને પછી અમરત કીધા મેં

હૂંફ વેડફાય ન જાય એટલે,
હાથમાં હાથ તારા લીધા મેં

આડાઅવળા હતા જે સાવ,
એ સંજોગોને કર્યા સીધા મેં

નેઠા નથી જિંદગીના છતાંયે,
હારે જીવવાનાં કોલ દીધા મેં

૫૮)

નથી કોઈ મસીહા છતાંયે ઉગારી બેઠો,
બસ તને જીતવા માટે જાત હારી બેઠો

સંગતની અસર છે કે પછી બીજું કાંઈ,
તારા સિવાયની બધી ટેવ સુધારી બેઠો

બીજે ક્યાં વળી ન્યોછાવર કરવી હતી,
એક તારા નામે હતી તે જાન વારી બેઠો

છો ન હોય એના તરફથી કોઈ યોજના,
તેમ છતાં તારી હારે જિંદગી ધારી બેઠો

હામી ભર કે પછી કર કોઈ આનાકાની,
હું તો તને મારા સ્નેહથી શણગારી બેઠો

૫૯)

અદાઓ જ ખુદ જેની ચાકરી કરે,
કોઈ કેવી રીતે એની બરાબરી કરે,

પ્રેમ કરવા ગમતું પાત્ર આપે પરંતુ,
કસોટી આપણી ખુદા આકરી કરે

યાદ કરું એ જ વખતે સામે મારી,
ઓચિંતી આવીને તું ખરાખરી કરે

પૈસેથી ન પાર પડે જો એના કામ,
તો એ કામ પછી એની કાંકરી કરે

જરૂરી નથી કે બધાંને ભાગે આવે,
મળે નહીં મંઝિલ એ મુસાફરી કરે

૬૦)

મૌનથી જ પતે વાત તો સંવાદ ન હોય,
અમુક લાગણીઓના અનુવાદ ન હોય

આંખના પલકારે આવી જાય અંદાજ,
મુસિબતમાં પોતિકાઓને સાદ ન હોય

સંબંધ તો બંનેને એટલો જ લાગૂ પડે,
જવાબદારીમાં સ્હેજે વિવાદ ન હોય

ભૂલથી વધારે વ્હાલી હોય વ્યક્તિ તો,
માફ કર્યા કેટલી વાર એવું યાદ ન હોય

કાં તો છે કાં તો નથી ત્રીજી વાત નહીં,
પ્રેમમાં એકેય જાતના અપવાદ ન હોય

જાત સિવાય મળે જો જાત કોઈનામાં,
એની સામે પછી કોઈ ફરિયાદ ન હોય

૬૧)

તારી એકોએક અદાઓ મને ભાવે છે,
મારા ચહેરે બે ઘડી જે સ્મિત લાવે છે

એક તારી સોબત સદી ગઈ જ્યારથી,
માફક બીજું કાંઈ મને ઓછું આવે છે

સથવારો કરવો જ હોય તો એનો કરો,
જેની સાથે રહીને પણ એકલું ફાવે છે

અમસ્તો એવો સંબંધ અગત્ય બનીને,
હૈયે લાગણીઓના કેટલાં ફૂલ વાવે છે

આંખો તારી એટલી નિર્દોષ જાણો કે,
કોઈ નાનું બાળક એની મા ને ધાવે છે

૬૨)

વગર કોઈ સ્વાર્થે હર એકનો મદદગાર રહ્યો છું,
પ્રેમમાં હંમેશા પડદા પાછળનો કલાકાર રહ્યો છું

ભોગવવું પડ્યું છે બીજાની બેદરકારીના કારણે,
ભૂલ કદી જે થઈ નહી એનો કસૂરવાર રહ્યો છું

ફરક્યા ય નથી જે આસપાસ ભાળ લેવા મારી,
ઉપસ્થિત એની જિંદગીમાં યે વારંવાર રહ્યો છું

છો મળી નહી મને તો સાચી ખોટી ઓથ પરંતુ,
હું ઘણાંખરાંની જિંદગીનો દારોમદાર રહ્યો છું

ખૂંચ્યા છે જે બધાં લોકો કાંટાળા તારની માફક,
એના સારુ પણ હું મઘમઘતો ફૂલહાર રહ્યો છું

માયા બંધાણી જ નહીં ક્યારેય કોઈને મારી તો,
હું પરંતુ હંમેશા હર એકનો તલબગાર રહ્યો છું

૬૩)

ક્યાં કદીયે સામેથી કંઈ ઈકરાર કરે છે,
રહીને સજ્જડ મૌન એ તકરાર કરે છે

સહિયારા સંબંધમાં છે બધુંયે હેમખેમ,
શું ખબર તોયે હજુ શું બરકરાર કરે છે

પરોવી લીધો છે એ રીતે શ્વાસમાં મને,
જાણે કે દોરો મોતીની આરપાર કરે છે

હશે મારી સાથેની કોઈ ખાસ નિસ્બત,
કોણ વળી જગતમાં પ્રેમ ધરાર કરે છે

પડછાયો પણ ટૂંકો પડે છે એની સામે,
પડખે રહી મારી હિંમતને ટટ્ટાર કરે છે

૬૪)

શું વિતે છે મુજ પર કેમ જણાવું તને,
દરરોજ કેટકેટલા દુખડા ગણાવું તને

નહી ખમી શકું એક નારાજગી તારી,
તું કહે તો જાત રંજાળીને મનાવું તને

લાગણીથી કહી તો જો મને એકવાર,
સાવ નવેસરથી મહોબત ભણાવું તને

તારી આંખોમાં રહેલી આયતો વાંચી,
આવ મારી પાસે ઈબાદત બનાવું તને

અપનાવે ખરા દિલથી તું એટલે બસ,
બધું તરછોડવાની તૈયારી બતાવું તને

૬૫)

વળગણની પળમાંથી પાછું અવાયું નહીં,
એક તારા થયા પછી કોઈનું થવાયું નહીં

સરખામણી સાવ નિરર્થક લાગી જ્યારે,
ખબર પડી કે તારાથી કોઈ સવાયું નહીં

હતો જે ગલી સાથે જીવનમરણનો નાતો,
એ ગલીમાં મારાથી ક્યારેય જવાયું નહીં

હૈયે ઉઝરડા પડી જતાં તારા અબોલાથી,
આજે વસમી વિદાયથી પણ ઘવાયું નહીં

એવી તો કેવી વિખૂટી પડી તું મારાથી કે,
એ દિ'ને આજની ઘડી કદી મળાયું નહીં

૬૬)

હાથમાં ખંજર નથી એ સારું છે,
અંતરના અંતર નથી એ સારું છે

થાય છે પ્રેમ હજુ જુનવાણી રીતે,
કંઈ જંતરમંતર નથી એ સારું છે

બહાર નીકળી કરે છે હળવાફૂલ,
આંસુઓ અંદર નથી એ સારું છે

છો નાની હોય સુખની સરવાણી,
દુઃખના સમંદર નથી એ સારું છે

વિપદા આથમે છે એક હદ પછી,
આ ક્રમ નિરંતર નથી એ સારું છે

જીવવા માટે પૂરતું છે એક કારણ,
એમાં દસ પંદર નથી એ સારું છે

૬૭)

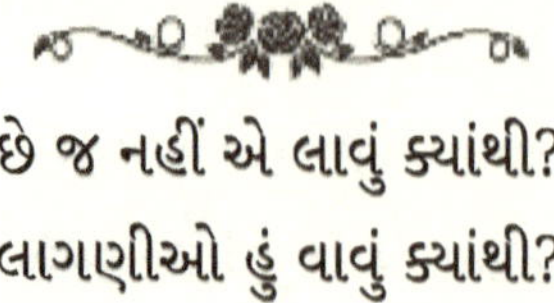

છે જ નહીં એ લાવું ક્યાંથી?
લાગણીઓ હું વાવું ક્યાંથી?

છે કમાડ હૈયાના સાવ બંધ,
છબી તારી હું બતાવું ક્યાંથી?

તારું જવું મોતનો ઘા જાણે,
જીવનમાં પરત આવું ક્યાંથી?

એક તારી ઉણપને પહોંચવા,
બીજા કોઈને વતાવું ક્યાંથી?

એ સાંજે સમય થંભી ગયો,
વાર્તા આપણી પતાવું ક્યાંથી?

૬૮)

તારે મન હું જાણે કોઈ મોટી અડચણ હતો,
ધ્યાનથી જો તો આ સંબંધનું ગળપણ હતો

નકામું શોધતી રહી આસપાસ તારી જાતને,
ખબર ક્યાં હતી તને કે સામે જ દર્પણ હતો

ખાસ કંઈ ભૂમિકા રહી નહીં આમ તો પરંતુ,
તારી જિંદગીની ગડમથલમાં સમજણ હતો

આવતી રહી બધાને ભાગે તું મારા સિવાય,
ને હું જિંદગીભર ફક્ત તને જ અર્પણ હતો

ભૂલી શક્યો હોત જીવવાનું તારા વિરહમાં,
તોયે જોને જીવી ગયો કારણકે કઠણ હતો

૬૯)

વગર કીધે લેવાયેલી સંભાળ જેવી છો,
ઉબડખાબડ જિંદગીમાં ઢાળ જેવી છો

કોઈને જરીક ય માહું લાગવા દેતી નથી,
તું તો મનમાં બોલાયેલી ગાળ જેવી છો

આવતી નથી મારી બાહોની પકડમાં તું,
એક ઝાટકે ઉડી જતી વરાળ જેવી છો

જોયું નથી મેં કોઈને આ હદે નિખાલસ,
એક વાત કહું? તું નાના બાળ જેવી છો

તારા આવવાથી થઈ રહ્યા છે ચમત્કારો,
દરવાજે લાગેલી ઘોડાની નાળ જેવી છો

૭૦)

અફસોસ એ કે મરવા નથી દેતી,
જિંદગી બે પાંદડે થવા નથી દેતી

ગમે એટલી માવજત હોય છતાં,
ગમતો સંબંધ સંઘરવા નથી દેતી

દેખાડવા પડે છે એકોએક પાનાં,
બંધે બંધમાં કંઈ રમવા નથી દેતી

સમય સાથે ભરાતા જાય છે ઘા,
એની કદીયે કોઈ દવા નથી દેતી

ઝંખના એની જ કાં હો બધાને,
જેની નજીક એ જવા નથી દેતી

૭૧)

ડૂમા ભર્યા'તા કૈંક અંદર પણ રોવાયું નૈ,
એને ખોયા પછી મારાથી કૈં ખોવાયું નૈ

ભેટો થયો'તો છૂટા પડ્યા પછીયે છતાં,
કેમે મારાથી એની આંખમાં જોવાયું નૈ

જુદાઈમાં એની યાદોએ બૌ ટેકો કર્યો,
સારું થયું કે બળતામાં ઘી હોમાયું નૈ

બોલે છે હજી એક એની જ દાવેદારી,
બીજા એકેયનું નામ ક્યારેય નોંધાયું નૈ

સમય જતાં એવું ભૂંસાઈ ગયું કે પછી,
ચિત્ર એનું મારા સ્મૃતિપટ પર દોરાયું નૈ

૭૨)

નદી હતી તે સાગરમાં મળવા આવી હતી,
જિંદગીમાં ખાલી ઘટતું કરવા આવી હતી

ખીલશે પૂરબહારમાં એમ થયા કરતું પણ,
વસંતના વેશમાં એ તો ખરવા આવી હતી

પોતાની ક્ષણિક વેદનાઓ રજૂ કરીને બસ,
મારી કને જરાવાર માટે ઠરવા આવી હતી

જાણ થવા ન દીધી કે આશરો કાયમ નથી,
વચનો આપી આપીને મુકરવા આવી હતી

અમરતના સ્વાંગમાં હંમેશા ઝેર જ ઓક્યું,
મારા વિરુદ્ધ મારા કાન ભરવા આવી હતી

કાયમી મહેમાન સમજી લીધી જેને એ તો,
એકાદ બે પ્રસંગો પૂરતી ફરવા આવી હતી

લાગણીની લગોલગ ચાલબાજી ગોઠવીને,
એ મને સાવ આબાદ છેતરવા આવી હતી

મારા ઉદ્ધાર ને ઉપલક્ષમાં રાખી અસલમાં,
બરબાદીની તપાસ હાથ ધરવા આવી હતી

ઠેઠ લગી ફોડ ન પાડ્યો સંબંધના ઊંડાણનો,
મારી નજરમાંથી સાવ ઉતરવા આવી હતી

૭૩)

જતન એકેય હવેથી કામ નહીં આવે,
એના હોંઠે કદી મારું નામ નહીં આવે

રસ્તે જતાં આવશે કૈંક મુકામો પરંતુ,
હાશકારા સમું એનું ગામ નહીં આવે

પડ્યું પાર બધુંયે જેના સથવારા થકી,
એના વગર હવે મને હામ નહીં આવે

કહેવા પૂરતી રહેશે આંખો બંધ મારી,
બધું આવશે બસ આરામ નહીં આવે

ભરોસે જે ચાર જણાનાં બેઠા છીએ,
લગભગ એ તમામે તમામ નહીં આવે

એની સાથે જોયેલા સ્વપ્નોનું શું હવે,
વેચવા જતાંય ધાર્યા દામ નહીં આવે

૭૪)

નજરથી નજર મળે ને આંખો ચાર થાય,
જોતજોતામાં પછી તનમન ઠંડુગાર થાય

નિસબત નથી કૈં મેળવી લેવા હારે પ્રેમને,
બાજી એ જ મારી જશે જેની હાર થાય

મહત્વનું એ છે કે ભેગાં રહી ઝઝુમ્યા હો,
સંબંધનું સાતત્ય એમાં નથી કે પાર થાય

કીમત ન થાય જ્યાં લગી હયાત હોઈએ,
ગેરહાજરીમાં કેવી યાદોની ભરમાર થાય

સદાકાળથી એ જ નિયમ છે જિંદગીનો,
ધારેલું થાય નહીં ને ન ધારેલું ધરાર થાય

૭૫)

કોઈ પૂછે તો કહું એ કેવી હતી,
ઉડીને આંખે વળગે એવી હતી

આંખોથી આપી દેતી અણસાર,
નખશીખ એ બાળક જેવી હતી

પળો જે વિતાવી એના સંગાથે,
મારે એ બધી સંઘરી લેવી હતી

કાયમ રહેવાનું નહોતું કૈં છતાંયે,
નિત નવી ઇચ્છાઓ સેવી હતી

ભૂલી શકાય સરળતાથી એટલે,
યાદ બધી એને સોંપી દેવી હતી

૭૬)

હોય એ બધું આપવાની વાત નહીં હોય,
મારી જેમ ઘર માંડવાની વાત નહીં હોય

જિદ્દો તારી ફંગોળાઇ જશે ક્યાંની ક્યાં,
દર ફેરે કાળજું કાઢવાની વાત નહીં હોય

જોશે તને એ બસ એક બદન તરીકે જ,
સ્પર્શ્યા વિના ચાખવાની વાત નહીં હોય

લપાઇને બેઠી હશે ખૂણામાં મરજી તારી,
હળવેકથી હૈયું ઠારવાની વાત નહીં હોય

સંબંધના નામે હશે તો કેવળ સોદાબાજી,
જવાબદારી ઉપાડવાની વાત નહીં હોય

૭૭)

રોજ એની યાદો સ્મૃતિપટ પર પોંખાય છે,
કોઈ ન કોઈ રીતે બળતામાં ઘી હોમાય છે

છો પેસી જતી હોય કટાર છાતી સોંસરવી,
રહે જીવ જોખમમાં તોયે અમને પોષાય છે

સંબંધમાં એણે તો ભલીવાર ન રાખી છતાં,
એનું કદી બુરું ન થાય બસ એ જોવાય છે

મોડી તો મોડી આટલી સમજણ આવી કે,
ખપ પૂરતું જ કોઈની સામે હૈયું ખોલાય છે

કોક પાછળ કરાતાં વિલાપ છે સાવ નકામા,
હંમેશને માટે અહીં કોણ કોની કને રોકાય છે?

૭૮)

સંબંધમાંથી પરવારી પોતપોતાનામાં લાગી ગયા,
બેઉ જણાં જાણે કોઈ સ્વપ્નામાંથી જાગી ગયા

ખબર હતી જન્મ્યા છે એકબીજા માટે જ પરંતુ,
દુનિયાને સમજાવતાં સમજાવતાં એ થાકી ગયા

ભલે થોડા તો થોડા સમય માટે અનુભવ તો થયો,
એકમેકને સથવારે બસ પ્રેમનો સ્વાદ ચાખી ગયા

છો ન હોય આ સોહામણી સંગતના કોઈ પુરાવા,
ખબર છે એટલી કે આતમની આબરૂ રાખી ગયા

હોમાય ગઈ હૂંફની સાથોસાથ કૂણી લાગણીઓ,
તેમ છતાં બંને જનમોજનમનો સાથ માગી ગયા

૭૯)

ધખારા પામવાના જરાયે ચડતા નથી,
આંસુઓ આંખમાંથી હવે દડતા નથી

અમુક દુઃખો હોય છે સાવ ગુંદર સમા,
ચોંટી જાય એકવાર તો ઉખડતા નથી

પડી જાય જે નજરમાંથી એકવાર એ,
નજર સામે હોવા છતાંયે જડતા નથી

મળ્યો જ્યાં પ્રેમના નામે માત્ર છલાવો,
એ રસ્તે જવા મારા પગ ઉપડતા નથી

ભીંસ પડે એટલે તરત પાછીપાની કરે,
લોકો હવે એકબીજા માટે લડતા નથી

૮૦)

ભાગ્ય વિધાતા મોકલે સહાય તો ઠીક,
હવે એમ જ ક્યાંક ભેટો થાય તો ઠીક

તને ભૂલવાની ઝૂંબેશ ઉપાડી તો લીધી,
હૈયાના ઊંડા ઘાવ ઝટ ભરાય તો ઠીક

કાં હવે એકલતાની આદત પડવા માંડે,
કાં પછી તારાથી પાછું અવાય તો ઠીક

લાગણીઓ અમુક જે તારા માટે હતી,
કદીયે બીજે ક્યાંય ન વપરાય તો ઠીક

અંધારા ઓરડામાં દિવો કરીને જોજે,
શું હતી તું મારી એ સમજાય તો ઠીક

૮૧)

તું જ મારી નોકરી ને તું જ મારી સરકાર છે,
તારું પ્રેમથી હસવું ને બોલવું મારો પગાર છે

મળ્યું નહીં આજ લગી કોઈ ચોક્કસ કારણ,
એક હો તો મળે ને ચાહના કારણ હજાર છે

કુદરતની કરામત કહું કે જિંદગાનીનો દસ્તૂર,
નસીબમાં નથી એના માટે લાગણી ધરાર છે

એટલે તો આપ્યું મેં તને આ અગત્યનું પાત્ર,
કેમકે તારા પર જ આખી વાર્તાનો મદાર છે

વિચારી તો જો તું જરાક એ દ્રશ્ય કેવું હશે,
તારા આંસુના પુષ્પગુચ્છ ને મારી મઝાર છે

૮૨)

કોઈને કોઈનાં વગર ક્યાં અટકે છે,
છતાં એકાદી વાત મનમાં ખટકે છે

અનુકૂળતા નો ખેલ થઈ ગયો હવે,
ભીંસમાં કોઈના ક્યાં ટાંટીયા ટકે છે

ગયા ભવનાં જાણે અભરખા લઈ,
કેટલાંય પ્રેત માફક અહીં ભટકે છે

મોઢે છો કરતાં હોય વખાણ પરંતુ,
પાછું ફરો કે ગાળો બબ્બે કટકે છે

સ્વાર્થ પતે કે હાથ ખંખેરીને ઊભા,
આવામાં સંબંધ શૂળી પર લટકે છે

૮૩)

જિંદગી તને સોંપાતા તો સોંપાઇ ગઇ,
એવામાં પછી તારી દાનત મપાઇ ગઇ

વ્યવહારુ થવાની લાયમાં સંબંધમાંથી,
લાગણી એટલે સાવ જ કપાઇ ગઇ

પે'લા દેખાતી આતુરતા તારી આંખમાં,
કોણ જાણે ક્યાં પછી એ લપાઇ ગઇ

યાદ રહ્યા નહીં તારા બોલાયેલા શબ્દો,
બસ ટાણે રાખેલ ચૂપકીદી છપાઇ ગઇ

લાગતું કે નહીં વિતે કેમે કરીને જિંદગી,
છતાંય તારા વગર આગળ ધપાઇ ગઇ

• • •

૮૪)

કાં વિખરાઈ જવાના કાં વિસરાઈ જવાના,
કાં બધું ભૂંસાઈ જશે કાં ચિતરાઈ જવાના

ભરોસાનો ભારો કો'ક માથે મૂકી તો જુઓ,
કાં સઘળું પાર ઉતરશે કાં છેતરાઈ જવાના

છોડી જનારાં ને માપવા એક તક છે પૂરતી,
કાં એનો અહં ભાંગશે કાં ઈતરાઈ જવાના

વચ્ચેની કોઈ અવસ્થાનો વિકલ્પ જ નથી,
કાં નિરંતર રોવાશે કાં ડૂમા ભરાઈ જવાના

પ્રેમ સિવાય ન હો કશું બીજું આપવા જેવું,
કાં રહેશે લોકો અધૂરીયા કાં ધરાઈ જવાના

રજૂ કરી જુઓ તમારી જાતને ખરા મનથી,
કાં થશે મનામણાં કાં બધાં રિસાઈ જવાના

૮૫)

સાચું કહું છું એકલા ભેગું નહીં થાય,
મારા જેટલું કોઈ તને સગું નહીં થાય

એક મારા સિવાય બીજે ક્યાંય પણ,
લાગણીનું ઝરણું હાથવગું નહીં થાય

ભરોસાનું ચણતર એવું પાકટ હશે કે,
સંબંધનું સમિયાણુ ડગુમગુ નહીં થાય

તને મારી ને મને તારી ઓથ મળે તો,
ભવિષ્ય આપણું માટીપગું નહીં થાય

બને એટલું આજમાં જીવશું નહીંતર,
આ અતિત કોઈ વાતે મૂંગું નહીં થાય

૮૬)

પ્રેમ નહીં ખાલી પ્રેમનો દેખાવ કર્યો,
જાણી જોઇને હૈયે ઊંડો ઘાવ કર્યો

મારા અસ્તિત્વની સાવ દશા દઈને,
ભવ મારો અંધકારમાં ગરકાવ કર્યો

સંવાદ ક્યાં હતો કંઈ હારે રહેવામાં,
સારું થયું છૂટા થવાનો સૂઝાવ કર્યો

આરોપ બધા મારા ભાગમાં ઠાલવી,
એણે એક પોતાનો જ બચાવ કર્યો

સ્વાર્થ પતતા વેંત ભીનું સંકેલી લીધું,
સાદગીના સ્વાંગમાં મોટો દાવ કર્યો

૮૭)

જાત મારી બીજે કશે પરોવાણી નૈ,
ભૂલી પડી ઘડીક પરંતુ ખોવાણી નૈ

કુદરતની મહેર કે કપરા સમયે પણ,
જિંદગી ખોટા કામમાં સંડોવાણી નૈ

પાટા ખમવા તૈયાર હતા અમે છતાં,
દૂઝણી ગાય એકેય રીતે દોવાણી નૈ

એ હદે ઘેરાઈ ગ્યો હું દુઃખ દર્દોથી કે,
દુનિયાની ખુશી મારાથી જોવાણી નૈ,

ગમતું જતું કરવું પડ્યું બસ એ જ ને,
એટલું સારું છે આબરુ વગોવાણી નૈ

૮૮)

પ્રપંચનો કારોબાર કરવા નથી આવ્યા,
સંબંધમાંથી વેપાર કરવા નથી આવ્યા

મન ભાળો ત્યાં કરજો એકરાર બાકી,
પ્રેમ કોઈકને ધરાર કરવા નથી આવ્યા

સારા છો તો બસ સારા બનીને રહો ને,
દંભ ડોળનો પ્રચાર કરવા નથી આવ્યા

માઠા અનુભવ ય થાવા ધો જિંદગીમાં,
એ તમને બિસ્માર કરવા નથી આવ્યા

પોતે જ પોતાની જવાબદારી લેવી પડે,
કોઈ કોઈનો ઉદ્ધાર કરવા નથી આવ્યા

૮૯)

આભમંડળમાંથી જાણે તારો તૂટી ગયો,
ધીરજ ખૂટે તે પહેલા માણસ ખૂટી ગયો

માંડ માંડ ભૂલ્યા'તા એક ગોઝારી ઘટના,
ત્યાં કોણ જાણે પાછો ફણગો ફૂટી ગયો

આંખો મીંચીને ચાલ્યા'તા જેમના ઇશારે,
એ જ રહબર આખા કાફલાને લૂંટી ગયો

એક માણસના માઠા અનુભવના કારણે,
આખી નાત ઉપરથી ભરોસો ઊઠી ગયો

એક સમયે જેના રુંવાડે રુંવાડે પ્રેમ હતો,
એના મનમાં આજે પ્રેમનો ડર ઘૂસી ગયો

૯૦)

અજાણ્યે ભાગ ભજવતા આવડી ગયું,
મને મારા દુ:ખને ઉજવતા આવડી ગયું

માણસાઈ તો તે દિવસે જ મરી ગયેલી,
જે દિવસે કોઈને પજવતા આવડી ગયું

શબ્દો બધાં માથા ઉપરથી ગયા એટલે,
કર્મો વડે દુનિયા ધ્રુજવતા આવડી ગયું

સાવ એળે ગૈ મારી લાગણીઓની હૂંફ,
જેવું એને હૈયું થિજવતા આવડી ગયું

થ્યો નહીં કોઈનાથી પા ભાગનો ય પ્રેમ,
એના નામે જાત લજવતા આવડી ગયું

૯૧)

અમસ્તો આવકારો ગમતો'તો મને,
એક તારો સથવારો ગમતો'તો મને

ગમતા નહોતા એક પણ સંબોધન,
તારો દીધેલો તુકારો ગમતો'તો મને

ભાણતી હતી દુનિયા આખી નનૈયો,
તારા હૈયાનો હોંકારો ગમતો'તો મને

અગત્યની નહોતી હાજરી કોઈની,
બસ તારો ભણકારો ગમતો'તો મને

મળીને અળગા થઈ ગયા કૈંક લોકો,
એમાંથી તારો પનારો ગમતો'તો મને

૯૨)

હવે સાથે રહેવામાં માલ નહોતો,
એને કોઈ જાતનો મલાલ નહોતો

જવાબમાં નકરી તોછડાઈ હતી,
સવાલ પૂછવાનો સવાલ નહોતો

હતી આખાયે જગતની ઉપાધિ,
પણ એમાં મારો ખયાલ નહોતો

જે કાંઈ હતું મારા પ્રેમ થકી હતું,
એમાં એનો કોઈ કમાલ નહોતો

બેચેની રહેતી ઓછીવત્તી પરંતુ,
આટલો બધો હું બેહાલ નહોતો

૯૩)

અસ્તિત્વને એમ જ નહીં મરડાવું હું,
તારી છબીને સહેજે નહીં ખરડાવું હું

સંસ્મરણો છાંટી એને રાખીશ તાજી,
જુની પુરાણી યાદોને નહીં સુવડાવું હું

અટક્યો'તો ત્યાંથી જ શરૂ થશે સંબંધ,
તું આવીશ તો ધક્કો નહીં ખવડાવું હું

તારાથી જેટલું થઈ શક્યું એટલું કર્યું તે,
મારી તૃષ્ણા માટે તને નહીં અભડાવું હું

કીધેલું કરી જવાની હિંમત છે મારામાં,
ખોટાં વાયદાથી તને નહીં બિવડાવું હું

૯૪)

છેલ્લી વખત આવજો કેવાનું નઈ,
આપી દીધેલું હૈયું પાછુ લેવાનું નઈ

રેવાશે રેવાશે એમ થયા કરતું પણ,
એના વગર કેમે મારથી રેવાનું નઈ

હેવાયું હતું એનું એવું કે ચિત મારું,
એક એના સિવાય કશે ટેવાનું નઈ

અફસોસ કોઈ હોય તો બસ એ કે,
સહિયારું એકેય સપનું સેવાનું નઈ

ચડી ગયું જિંદગીના ચોપડે એ રીતે,
રૂપાળું નામ એનું પછી છેકાનું નઈ

૯૫)

તારા શ્વાસનો સળવળાટ ભૂલાતો જાય છે,
વિતેલા વખતનો તરવરાટ ભૂલાતો જાય છે

ભૂલી જતો જેના સ્પર્શ માત્રથી બધું એવી,
કૂણી હથેળીનો મઘમઘાટ ભૂલાતો જાય છે

રહેતા હંમેશા ચાતકની માફક એવા બબ્બે,
હોંશી નયણાંનો થનગનાટ ભૂલાતો જાય છે

અંતરની આંખોમાં છપાયેલ રૂપાળા એવા,
એક ચહેરાનો ઝગમગાટ ભૂલાતો જાય છે

મને જોતાં વેંત જ ગુમાવી દેતાં સાનભાન,
એવા ધબકારાનો ગડગડાટ ભૂલાતો જાય છે

૯૬)

વિરહના રંગો આછા જોઈએ છે મને,
સંબંધો અમુક પાછા જોઈએ છે મને

જોઈ એવી પ્રકટ થઈ નથી લાગણી,
પ્રસંગો અમુક માઠાં જોઈએ છે મને

સમજી શકતા બે કે ત્રણ જણ એવી,
મારી એ જૂની વાચા જોઈએ છે મને

છો હો બીજી બધી વાતે પાકટ પરંતુ,
હિસાબમાં લોકો કાચા જોઈએ છે મને

હાથ તો હવે રોજ ક્યાં જડે બેનીના,
દિવાલે મારેલા થાપા જોઈએ છે મને

૯૭)

લાગણીઓના તાબે થવાનું હતું,
સહેજ જમણે ડાબે થવાનું હતું

આગળ નીકળવામાં રસ નહોતો,
મારે ફક્ત તારી સાથે થવાનું હતું

થઈ ગયો અડધો તારી ઉપાધિમાં,
નકર દરેક લૂગડું માપે થવાનું હતું

થયો નહીં રંજ તારા સગપણનો,
કેમ કે એ બધું આઘે થવાનું હતું

એ તો સમય નિમિત બન્યો બાકી,
કોઈક ને કોઈક વાટે થવાનું હતું

૯૮)

દિલ તૂટવાનો ક્યાં કોઈ અવાજ હોય છે,
એટલે જ રિસામણાનો રિવાજ હોય છે

પડખે ઊભા રહેવામાં જ પડે છે ભીંસ,
બાકી વિરોધમાં આખો સમાજ હોય છે

કિનારે યાદ આવતો નથી નાખુદાને ખુદા,
યાદ કરે મઝધારે જ્યારે જહાજ હોય છે

એક એક દાણા માટે ભટકતા ભાળું છું,
સુખી છે એ કે જેના ઘરે અનાજ હોય છે

સતત દુઃખી થવાનું કારણ એ પણ છે કે,
દરેકે દરેક વાતમાં મારી હા જ હોય છે

૯૯)

પાછલા સંબંધોની કળ વળી છે,
લાગણીઓ ફરીથી સળવળી છે

મળ્યું છે કોઇ મને એવું ધસમસતું,
સિંધુને જાણે કુંવારી નદી મળી છે

કેમ કરી તોડું દિલ નવી માશૂકાનું,
હયાતી એની મારા ખભે ઢળી છે

શું કરું હું ચર્ચા એ શુકનિયાળની,
સોબત એની મને કેટલી ફળી છે

મારા વ્હાલના વરસતા વરસાદમાં,
ફક્ત ભીંજાઈ નથી એ પલળી છે

૧૦૦)

ભેટા એના જરાક ઓછા થાય છે,
હૈયામાં વસેલા ક્યાં નોખા થાય છે

સંબંધો બને છે કંગાળીની હાલતમાં,
સધ્ધરતામાં તો ફક્ત સોદા થાય છે

દુર્દશામાં ફરકતું નથી એક ચકલું ય,
સારી દશામાં લોકોનાં ટોળા થાય છે

મળતો નથી જેને પ્રેમ એવા લોકો,
એકલતાની ઓથે જ મોટા થાય છે

પાણીથી ખાલી દિલ ધોવાતા હશે,
મન તો આંસુઓથી ચોખ્ખા થાય છે

૧૦૧)

દુઃખ દર્દ જિંદગીના અધ્ધરોઅધ્ધર હતાં,
એ દિવસોમાં આપણે કેટલાં સધ્ધર હતાં

કોઈના ડગાવ્યે ડગ્યા નહીં સહેજ પણ,
સંબંધના સમિયાણા એટલા નક્કર હતાં

હારોહાર ચાલવાથી એ ફૂલ બની ગયા,
આપણાં રસ્તામાં જે બધાં પથ્થર હતાં

એકમેકની અસરમાંથી નીકળાયું નહીં,
ફરતે જાણે ખુમારીના કોઈ ચક્કર હતાં

હાજરી ગેરહાજરીથી મતલબ નહોતો,
પ્રેમની બાબતમાં બંને એટલાં કટ્ટર હતાં

૧૦૨)

ઘર સિવાય બીજે જ્યાં ઘર જેવું લાગે,
ત્યાં પછી તુકારામાંયે આદર જેવું લાગે

મળે મોકળાશ ને હળવાશ સંગાથે તો,
શાપિત જિંદગીમાં કોઈ વર જેવું લાગે

સચવાય જાય બધી હૂંફ સલામત રીતે,
તો પછી ક્યાં કોઈ દિવસ ડર જેવું લાગે

કોંક્રિટના કચકડામાં પ્રાણ પૂરો એટલે,
કૂણી લાગણીઓની ધરોહર જેવું લાગે

બીજું ગમે તે આવી જાય નજર સામે,
પરંતુ એ ન હોય તો કસર જેવું લાગે

અસરમાંથી બહાર આવી ગયા પછીયે,
કેટલી વાર સુધી એની અસર જેવું લાગે

૧૦૩)

કેવી અજબ એ ઘડી હતી, નઈ!
કે તું મારી પડખે ચડી હતી, નઈ!

તારા હાવભાવ જોઇને લાગ્યું કે,
પહેલીવાર કો'કે અડી હતી, નઈ!

બીજા ખાઈ પી ને નામ લેવા જેવા,
એક તને જ મારી પડી હતી, નઈ!

બહાદુરીથી એકલા હાથે ઝઝૂમી,
તે મુસીબતોને તગડી હતી, નઈ!

વખત જતાં મને સમજાયું કે તને,
ખુદાએ મારા માટે ઘડી હતી, નઈ!

१०४)

જાત સિવાય કંઈ હાંસલ કરવા જેવું નથી,
કોઈ માટે અત્યારે ખુવાર મરવા જેવું નથી

સ્વાર્થ પતતા વેંત થઈ જાય સાવ અળગા,
આવા લોકોમાં જરા પણ ઠરવા જેવું નથી

પ્રેમ આપીને બેઠા છીએ એવા અણઘડને,
જેની પાસે બદલામાં કંઈ ધરવા જેવું નથી

મારા અનુભવોને ઉપલક્ષમાં રાખી કહું છું,
આ જગને ઝાઝું મનમાં ભરવા જેવું નથી

ડરે ઉપરવાળાથી એ જેમણે છેતર્યા હોય,
છેતરાયા હોય એને પછી ડરવા જેવું નથી

૧૦૫)

મુસિબત ક્યાં કોઈ મારે માથે હતી,
જ્યાં લગી એક તું મારી સાથે હતી

મને હરપળ બસ રાજી રાખવાની,
જવાબદારી જાણે તારા હાથે હતી

દુઃખ રહેતા ઓછાવત્તા પ્રમાણમાં,
એમ છતાં જિંદગી મારી પાટે હતી

ઓળખાણ થઈ તારા આગમનથી,
બાકી ખુશીઓ મારાથી આઘે હતી

ચડ્યું નૈ કોઈ ભૂલથી યે મારી પડખે,
ત્યારે એક તું જ તો મારી પાસે હતી